காத்திருக்கிறாள்.

விஜய் பிரசாத்.பி

XpressPublishing
An imprint of Notion Press

XpressPublishing
An imprint of Notion Press

No.8, 3rd Cross Street, CIT Colony,
Mylapore, Chennai, Tamil Nadu-600004

Copyright © P. Vijay Prasath
All Rights Reserved.

ISBN 978-1-63606-110-8

This book has been published with all efforts taken to make the material error-free after the consent of the author. However, the author and the publisher do not assume and hereby disclaim any liability to any party for any loss, damage, or disruption caused by errors or omissions, whether such errors or omissions result from negligence, accident, or any other cause.

While every effort has been made to avoid any mistake or omission, this publication is being sold on the condition and understanding that neither the author nor the publishers or printers would be liable in any manner to any person by reason of any mistake or omission in this publication or for any action taken or omitted to be taken or advice rendered or accepted on the basis of this work. For any defect in printing or binding the publishers will be liable only to replace the defective copy by another copy of this work then available.

துரத்தி துரத்தி காதல் செய்யும்,

துப்பட்டாவை முககவசமாக பயன்படுத்தும்,

தன்னை காதலிக்கு/காதலனுக்கு பிடிக்க நடிக்கும்,

திரைஅரங்கிலும்,கடற்கரையிலும் காதலை வெளிப்படுத்தும்,

எனக்கு நீ இல்லை என்றால் யாருக்கும் இருக்க கூடாது என நினைக்கும்,

நண்பர்களாய் இருந்தாலும் நீ என்னை தவிர யாரிடமும் பேச கூடாதென்றும்

அர்த்தம் தெரியாமல் காதல் செய்யும் அவசர காதலர்களுக்காக அல்ல...!

பொருளடக்கம்

அணிந்துரை	vii
முன்னுரை	ix
நன்றி	xi
முகவுரை	xiii
1. ஒரு கவிதை...!	1
2. இதயமே...!	6
3. அச்சோ...!	22
4. இது நீளாதோ தொடுவானம் போலவே...!	34

• v •

அணிந்துரை

2020 இந்த ஆண்டு தொடக்கத்தில் இருந்தே பல்வேறு இயற்கை சீரழிவு, தொற்று நோய் என மக்களை அழித்து இருக்க இந்த கதையை படிக்கும் போது இருக்கின்ற தரு-ணங்களும் மனதை லேசாக உணரவைக்கிறது.கோடைகாலம் விடுமுறையை மட்டும் எதிர்பார்த்திருந்த மாணவர்களுக்கு தொடர்ச்சியான விடுமுறை சந்தோஷத்துடன் கூடிய சலிப்பு-தன்மையை கொடுக்கிறது.

கல்லூரி நாட்களின் காதல் பதிவை ஊரடங்கு இருப்பி-னும் இந்த கதையின் மொழி நடையினால் நம் நினைவு-களை பயணிக்கவைக்கிறது."சிவாக்கும் ராஜிக்கும் உண்டான காதல்" மற்றும்சில கதையின் நிகழ்வுகளை படிக்கும் போது என் காதலையும் நினைவுபடுத்தியது.

முருகேஷ் ராக்கி

(தமிழ் ஆர்வலர்,கவிஞர்,குறும்படஇயக்குனர்)

முன்னுரை

இயற்கை என்னையும் என் வாழ்க்கையையும் கொண்டு போன புதிரான வழியில் நான் கண்ட புதுமைகளையும், சந்தித்த மனிதர்கள்களையும் அவர்களோடு நான் செய்த உரையாடல்களையும் பயணங்களையும்,முடித்து திரும்பி பார்க்கையில் அந்த பயண அனுபவம் என் வாழ்வில் நான் மனிதர்களை பார்க்கும்,பழகும்,புரிந்துகொள்ளும் விதங்களை கற்றுகொடுத்திருக்கிறது.அவை எல்லாவற்றையும் எழுத ஆசை கொண்டேன்,அதன் முதல் அத்தியாயமாக "ஒரு காதல் கதை".இக்கதையில் வரும் நிகழ்வுகள் உங்களுக்கும் உங்கள் காதலி/காதலனை புரிந்து கொண்டு,அவர்கள் ஆசைகளை நிறைவேற்றி அதில் அதீத காதலை பறிமாறி வாழ்வீர்கள் என நம்புகிறேன். யாரெனும் ஒருவர் இப்புத்தகம் படித்து தன் துணையின் ஆசைகளை நிறைவேற்ற வேண்டும் என தோன்றினாலே அது என் வெற்றி என எண்ணி எழுத்துக்களுக்கு உயிர் கொடுத்திருக்கிறேன்.என்னிடம் உயிர் பெற்ற எழுத்துக்கள் உங்களை சிந்திக்க வைக்கும் என நம்புகிறேன்.

இவன்,
விஜய் பிரசாத்.பி

❦❦❦

CONTACT: 9047414347
MAIL ID: pvprasath04it@gmail.com
INSTAGRAM: fictional_psyche

நன்றி

மாதா, பிதா, குரு, நண்பர்கள்

INTRODUCTION : MURUGESH ROCKY
Insagram Id:Murugesh Rocky
COVER PHOTO:TAMIZH
Insagram Id:tamizh.psd
ILLUSTRATION : RAM KUMAR
Instagram Id: ramkumar.ai
EDIT : LALLU PRASAD P
Instagram Id: Lalluprasad_@0316

இருந்தால் இறைவனுக்கு நன்றி...!

முகவுரை

பறவை பறந்த பிறகும்,

தொடங்கிய கிளையின் நடனம் முடிவதில்லை.

முதல் காதல்...!

- நா.முத்துகுமார்

இந்த மூன்று வரிகளை விட,

என் எழுத்துக்களுக்கு யாராலும் பொருத்தமான முகவுரை எழுதிவிட முடியாது.

1. ஒரு கவிதை...!

மாலை நேரம் அது, மறையப்போகும் கதிரவனை முன்கூட்டியே கருமேகம் மறைத்திட காத்திருந்தாள் கணவனின் வருகைக்காக வாசலில். நேரத்திற்கு ஏற்றவாறு மணியடிக்கும் கடிகாரம் ஆறு முறை மணியை அடித்தது. 5 மணிக்கு வருகிறேன் என்று கூறி-விட்டு சென்றவனை எதிர்பார்த்து காத்திருக்கிறாள், அவன் வரு-வதற்குள் முந்திக்கொண்டது மழை. காற்றில் சன்னல்கள் ஒருபுறம் அடிக்க அதே வேகத்தில் அடித்தது அவள் இதயமும், கடைசி சன்னல் வரை மூடிவிட்டால் இன்னும் காணவில்லை கள்வனை. காலையில் நடந்த சண்டையை மனதில் வைத்துக்கொண்டு கால தாமதம் செய்கிறாரோ என்ற கேள்வி ஒருபுறம், பிடித்துக்கொண்-டது மழை என்ற கவலை மறுபுறம். மழையில் அடிக்கடி நடக்கும் மண்சரிவு விபத்துக்கள் அவன் வரும் பாதையில், இந்த ஒரு வருடத்தில் மட்டும் இரண்டு முறை நடந்து இருக்கிறது, அதுதான் அவள் பயப்பட காரணமும். பத்திரமாக அவன் வந்து சேரும் அந்த நொடிக்காக காத்திருப்பவள் கவலையில் கைப்பேசி என்ற காதல் கருவியை மறந்துவிட்டாள். அடிக்கடி அவன் தன்னை "மக்கு" என்று செல்லமாய் சொல்வது சரிதான் என சிரித்து கொண்டாள்.. எப்போதும் முதலில் இருக்கும் அவன் எண்ணிற்கு அழைப்பு விடுக்கிறாள். அதுவரை அமைதியாய் இருந்த வீட்டில் **"நெஞ்சை பூ போல் கொய்தவளே"** என்று சத்தம் கேட்க, வேக-மாக ஓடினாள் வாசலை நோக்கி, சாரலுக்காக பூட்டி வைத்த கதவை திறந்தவுடன் அவள் முகத்தில் அந்த சாரல் பட கண்-களை மூடிவள். வேகமாய் விழித்து தேடினாள் அவனை,காண-வில்லை அவனை, ஆனால் சத்தம் மட்டும் ஒலித்து கொண்டே

இருக்க ஓடிச் சென்று பார்த்தான் தங்கள் அறையில்,தலையனை மேல் கைப்பேசி திரையில் "**ஒரு கவிதை**" என்று பதிவு செய்யப்-பட்ட தன் எண்ணிலிருந்து தவறிய அழைப்பை பார்த்து தவிக்கி-றாள். காலை நடந்த சண்டையில் கைப்பேசியை மறந்துவிட்டார் என்பது புரிந்தது. அவளும் கவனிக்கவில்லை காலை முதலே, என்றுமே அவனை இந்த அளவு நினைத்து ஏங்கியதில்லை என்ற எண்ணம் தோண்ற, அவன் கைப்பேசியில் ‘‘கடவு சொல்’’ போடு-கிறாள் தன் பெயரை, இடியும், மின்னலுமாய் மழை கொட்டித்-தீர்க்க, அவள் கண்களிலும் தேங்கி நிற்கிறது கண்ணீர் அவன் வந்ததும் கட்டியனைத்து கொட்டித்தீர்க்க, அவன் புகைப்படத்தை தேடினாள்.. கிடைத்தது ஓர் அரிதான புகைப்படம், இருவரும் கல்லூரி காலத்தில் காதலை பரிமாறிக்கொண்ட பின் நடந்த முதல் சந்திப்பில் எடுத்த புகைப்படம் அது. கொண்டு சென்றது அந்த நினைவு அவளை சில வருடங்களுக்கு முன்..

கனவுகளுடன் கல்லூரி வாசலை திறந்த போது கண்முன்னே வந்து போனது இதுவரை கண்ட கல்லூரி திரைப்படங்கள். அது-வரை ஆண்கள் பள்ளியில் படித்தவனுக்கு வெட்கத்தை சொல்லிக் கொடுத்தது இருபாலர் படிக்கும் கல்லூரி. வெளியூரில் இருந்து படிக்க வந்ததால் யாரும் பழக்கமில்லை அவனுக்கு, முதல்நாள் வகுப்பறையில் எந்த இருக்கையில் அமர்வதென்று குழப்பம். இங்கே அமரலாமா என்ற கேள்விக்கு.? புன்னகையுடன் இடம-லித்தான் ஒருவன் இறுதி இருக்கையில், முழுவகுப்பும் ஆங்கி-லத்தில் மூழ்கிப்போனான்.கடிகார முள்ளையே பார்த்து கொண்-டிருந்தான், மணியடித்ததும் நடக்க துவங்கிவிட்டான் விடுதிக்கு. அறிவிற்கு எட்டாத கணினி அறிவியலை எடுத்து விட்டோமோ என்ற தவிப்பில் தலைகுனிந்து நடக்க துவங்கினான்.வேகமாக யாரோ இவனை இடித்து செல்ல நிமிர்ந்தான் தலையை அதே

வினாடியில் இடித்தவளும் திருப்பினாள், தான் இடித்தது ஆண் என்றதும் மன்னிப்பு கேட்க நினைப்பதற்குள் வெட்கம் அவளை ஆட்கொள்ள திரும்பி அதே வேகத்தில் நடக்க துவங்கி விட்டாள். ஆனால் அவன் கண்களோ, தான் படைக்கப்பட்டது இவளை காண தான் என்று அவளையே பார்த்துக் கொண்டிருந்தன. அவள் திரும்பிய ஒரு கணத்தை அவன் கண்கள் காட்சிப்படுத்-துகிறது.

தெரியாதவரை இடித்துவிட்டோம் என்ற தவிப்பு, அது ஆண் என்றதும் அவளை சூடிக்கொண்ட வெட்கம், அவள் சூடிய ஒற்றை ரோஜா, காற்று எனும் ஓவியன் கலைத்துவிட்ட கருங்-கூந்தல், பிரம்மன் கற்றுவைத்த கலைகளை ஒன்று சேர்த்து செய்த இரு காவியம் ஒரே முகத்தில் கண்களாக, அதிலிருந்து கொஞ்-சம் கருப்பு வண்ணத்தை திருடி பொட்டு வைத்து கொண்டாள் போலும் சிறியதாக, அடிக்கடி கால் வைத்தால் பூமிக்கு வலிக்-கும் என்பதாலோ தெரியவில்லை, குதித்து குதித்து தான் ஓடி-னால் மான்போல, போர்களத்திற்கு போவது போல் ஓடியவள், கல்லூரி பேருந்தை பிடிக்க ஓடுகிறாள் என்று தெரிந்ததும் விடுதி-வரை சிரித்து கொண்டே சென்றான்.

நண்பர்கள் எப்போதும் சூழ்ந்து இருக்க வீடாக மாறியது விடுதி ஒரே இரவில்,ஒவ்வொருவரின் வாழ்க்கை கதைகளும் புரிய வைத்தது இன்னும் நாம் வாழவே துவங்க வில்லை என்பதை விடிய விடிய கதை பேசியவர்கள்.. எட்டு மணிவரை தூங்கிவிட்டு அடுத்த அறைமணிநேரத்தில் தயார் ஆகினர் மறுநாள் வகுப்-பிற்கு அவனுக்கு வகுப்பறைக்கு செல்லும் ஆர்வத்தை விட அவள் யாரென்று அரியவே ஆர்வம் அதிகம் இருந்தது.புறப்-பட்டான்..போகும் வழியெங்கும் அவளையே தேடி அலைந்தன

கண்கள். தன்னை ஒருவன் தேடுவதை அறியாத அவள் வகுப்-பறை நோக்கி செல்ல.யாரோ Hello என்று அழைக்க திரும்பிப் பார்க்கிறாள். அவள் கைப்பேசியில் ஒலிக்கும் "**உன்னை அள்ளி எடுத்து உள்ளங்கையில் மடித்து**" என்ற வரிகள் முடிந்ததும். **சிநேகிதனே**..என்ற வார்த்தை மீண்டும் அவளை நிகழ்காலத்திற்கு கொண்டு வந்தது.

அதுவரை அந்த புகைப்படம் கூட்டிச்சென்ற நினைவில் முழ்கி இருந்த அவளை நிகழ்காலத்திற்கு கொண்டுவந்தது அந்த அழைப்பு.நிகழ்காலத்திற்கு வந்ததும் நினைவுகள் அவன் இன்னும் வர வில்லை என்பதையே நினைவுபடுத்தின..அந்த அழைப்பை பார்த்ததும் பதற்றம் தொற்றி கொண்டது அவளை..அழைப்பு அவன் நண்பனிடமிருந்து வந்திருந்தது.ஆயிரம் எண்ணங்கள் அந்த அழைப்பை(phonecall) ஏற்பதற்குள்.குழப்பத்தோடு எடுத்-தாள். அவன் குரலாக இருக்க கூடாத? என்று ஏதிர்பார்த்தவ-ளுக்கு ஏமாற்றம் மிஞ்சியது.பேசியது அவன் நண்பன். நான் ராம் பேசுகிறேன் என்றதும்.இரண்டாம் அழைப்பு அந்த அழைப்பை தொந்தரவு செய்ய கோபத்தில் துண்டித்துவிட்டாள் அந்த அழைப்பை. அவன் நண்பனின் அடுத்த வார்த்தையை கேட்க அவள் செவிகள் துடிக்கின்றன இதயத்தை போன்றே. Hello என்று ஆர்வமாய் கூறிய அவளுக்கு அமைதி பதிலாக கிடைத்-தது.காதிலிருந்த கைப்பேசியை கையில் எடுத்து பார்க்கும் போது-தான் புரிந்தது. கோபத்தில் பலமுறை அழைப்பை துண்டிக்க திரையை அழுத்தியதில் அவன் நண்பனின் அழைப்பும் துண்டிக்-கப்பட்டது என்று. வேகமாய் அவனுக்கு அழைப்பு விடுத்தவளுக்கு கைகொடுக்கவில்லை மழைமேகம்.வானிலை காரணமாக தொடர்-புகொள்ள முடியவில்லை அவனை.. இரக்கமின்றி கொட்டும் மழைக்கு அவள் இமைகளும் உதவிட நினைத்து இரண்டு துளி-

களை துளிர்த்து கண்ணீராய்..." என் தோள்கள் மீது சாயும் நேரம் மட்டும் தான் உன் கண்ணீரை நான் பார்க்க வேண்டும்.அதை துடைக்கவும் ஆறுதல் சொல்லவும் நானிருப்பேன்" என்று அவன் சொன்னது நினைவில் வர நிறுத்திக்கொண்டது கண்கள், வந்துவிடுவான் என்று எளிதில் எடுத்துக்கொள்ள இடம் தரவில்லை காலையில் நடந்த சண்டையின் நியாபகம்.வாசலை பார்த்தபடி விழிகள் அவ்வப்போது கைப்பேசியில் சமிக்ஞை(signal)வந்துவிடாதா.?என்ற ஏதிர்பார்ப்பில்.வீட்டில் யாரெனும் இருந்திருக்கலாம் என்று எண்ணினாள்.அவர்கள் திருமனம் தான் அவர்கள் தனியாய் வாழ்வதற்கு காரணம் என்பதை அவள் அறிவாள் ஆனாலும் ஒரு ஆதங்கம்..இவை எல்லாம் அன்று தான் பார்த்த கடைக்கண் பார்வையின் விளைவில் ஏற்பட்டவையா என்ற ஆச்சரியம்.

2. இதயமே...!

இரண்டாம் நாள் கல்லூரியில் நடந்து சென்றுகொண்டிருந்த அவளை Hello என்று அழைத்தது ஒரு குரல் யாரென்று பார்க்க திருப்பியவள்.ஒரு ஆண் என்றதும் முழித்தாள். கூப்பிட்டது தன்னை இல்லை நமக்கு முன்னே செல்பவரை என்று திருப்பி கொண்டவளுக்கு ஓர் அதிரச்சி அவள் பின்னால் நிற்பவன் கூப்பிடுவது நேற்று நாம் இடித்தவனை என்றதும் தரைக்கு செலுத்திவிட்டாள் தன் பார்வையை.Hello என்ற குரலுக்கு திரும்பி பார்த்தான் அவனும்..கூப்பிட்டவன் நேற்று வகுப்பறையில் இடமலித்த நண்பன்,ஆனால் அவனுக்கு முன்னால் நிற்பவள். இரண்டாம் முறை அவளை பார்த்தான் அவன். அவள் கொலுசின் ஓசை வழிவிடச் சொல்கிறது அனைவரையும் என்று தெரிந்தவுடன் அவனும் வழிவிட்டான் அவளுக்காக..அதுவரை தரையை பார்த்தவளின் கண்கள்.அவனை கடைக்கண்ணால் பார்த்ததை நம்பமுடியவில்லை அவனால்.கனவா ? என்று எண்ணுவதற்கு இடம் தராமல் உடனே தோள் மீது கை வைத்தான் நேற்று வகுப்பறையில் தனக்கு இடமளித்த தோழன். நேற்று முதல்நாள் தயக்கத்தில் தங்கள் பெயரை பரிமாறிக்கொண்டதால் நினைவில்லை அவனுக்கு. ‘உன் பெரு தெரியலடா அதா hello-னு கூப்ட’என்றான். பரிமாறிக்கொண்டனர் பெயர்களோடு சேர்த்து நட்பையும், ‘அன்பு’ என்றான் இடமலித்தவன். **சிவா**என்றான் இவன்.

இரண்டாம் நாள் வகுப்பில் கவனம் செல்லவில்லை அவனுக்கு.பாடம் தெரிந்து கொள்வதை விட அவளை தெரிந்து கொள்வதில் ஆர்வமாய் இருந்தான்.இடைவெளியின்றி தேடினான்

ஒவ்வொரு இடைவேளையின் போதும் தென்படவே இல்லை தேவதை.அவள் தன் வகுப்பில் இருப்பாளோ என்று தேடிய-வனுக்கு ஏமாற்றம் மிஞ்சியது.அவளை தேடி அலைந்ததில் தெரி-யவில்லை ஒருவாரம் ஓடியது.இயந்திர வாழ்க்கையில் அவள் நினைவு மட்டும் இனிமை தந்தது அவனுக்கு. அவனை ஆறு-தலாக்கும் நேரம் ஆராய்ச்சிகூடம்(lab)செல்லும் வெள்ளிக்கிழமை மட்டுமே. கல்லூரியில் சேர்ந்த பின் அவன் சந்திக்கும் இரண்டாம் வெள்ளி அது. அவளை தேடுவதை மட்டும் பிடித்த அவன் கண்களுக்கு கணிப்பொறி திரையை பார்ப்பது கடினமாய் இருந்-தது.வெறுப்பில் கண்களை வேறுதிசையில் செலுத்தினான்.. திறந்-தது கதவுகள் பக்கத்து ஆய்வுகூடத்தில். கண்ணாடி சுவர்கள் என்பதால் இங்கிருந்து பார்க்க முடியும் அந்த அறையை, வேறு பாடப்பிரிவு மாணவர்கள் நுழைய துவங்கினர்.அவள் வர கூடாதா..? என்று நினைத்தவனின் ஆசை நிறைவேறியது..அந்த கண்ணாடி கதவை கஷ்டப்பட்டு திறந்தாள்.தன்னை இடித்தது போன்றே அவள் தோழியையும் இடித்தவள்..ஒருவழியாக அமர்ந்-துவிட்டாள் அவள் இருக்கையில். விசைப்பலகையில் அவள் செயயும் விளையாட்டை ரசித்து கொண்டுடிருந்தான்.கோபம் வந்-தது கல்லூரி முடிந்ததை அறிவித்த மணி மீது..எல்லோரும் வீட்-டிற்கு செல்ல இவன் மட்டும் அவளை பின் தொடர்ந்தான்.அவள் பெயர்?வகுப்பு? ஏதும் தெரியவில்லை அவனுக்கு.அன்று இவனை இடித்துவிட்டு வேகமாக கல்லூரி பேருந்தை பிடிக்க சென்றவள் இன்று நேரடியாக மாநகர பேருந்தை பிடிக்க சென்று கொண்-டிருந்தாள்.குழப்பத்தில் மூழ்கி போனான் அவன்.அதே குழப்பத்-தோடு விடுதிக்கு வந்தவனிடம் நண்பர்கள் கேள்வி கேட்க மழுப்-பிவிட்டு நகர்ந்தான்.அந்த குழப்பதிற்கு விடை தெரிய விடுதியில் தங்கியிருக்கும் தன்னோடு முதலாம் ஆண்டு படிக்கும் நண்பர்க-

ளில் யார் வகுப்பு தான் சென்ற ஆய்வகத்தின் பக்கத்து ஆய்வகம் வந்ததென்று விசாரித்தான். கண்டுபிடித்துவிட்டான் அவள் பாடப்பிரிவை.. அவள் பெயர்?

அவள் பார்வையிலே தெரிந்தது மின்சாரம் பாய்ச்ச எலக்ட்ரான் தேவையில்லை என்று, அதனால் தான் எலக்ட்ரானிக்ஸ் பிரிவை எடுத்தாளோ என்று தோன்றியது.. அவள் பெயர் என்ற என்று கேட்க தயக்கம் அவனுக்கு, இருந்தாலும் கேட்டுவிட்டான் அவன் நண்பனிடம்.அவனுக்கும் வகுப்பறை புதிது என்பதால் தெரியவில்லை அவள் பெயர் நண்பனுக்கு.அடுத்த நாள் விடியல் அவளை பார்ப்பதற்காகவே என்று இரவினை கழித்தான்..மறுநாள் எப்போதும் பார்ப்பதை விட கண்ணாடியை அதிமாகவே பார்த்தான் ஆனால் அவை பிரதிபலித்தவை அவள் முகத்தை. இடைவேளை நேரம் வரை காத்திருக்கும் நிமிடங்கள் நரகமாய் தோன்ற.கால்கள் தானாக ஓடியது அவள் வகுப்பறையை நோக்கி இடைவேளை மணி ஒலித்ததும். அவள் வகுப்பறை சன்னல் கம்பிகளில் இடையில் காட்சியளித்தது காதோரம் உரசிய கார்கூந்தலை அவள் வருடி மீண்டும் கூந்தலுக்குள் வழியனுப்பிய காட்சி. இடைவேளை என்றும் பாராமல் இடைவிடாது எழுதிக்கொண்டிருந்தாள் அவனுக்கு பிடிக்காத அந்த கணக்கு பாடத்தை கரும்பலகையை பார்த்து,அவன் நண்பனை தேடி அவளை காண்பித்து பெயரை கேட்டான்.நண்பனின் அடுத்த வார்த்தையில் பெயரை எதிர்பார்த்து அவளை பார்த்துக்கொண்டிருந்த அவனை காதில் ஒலித்தது அந்த கம்பீரமான பெயர். அந்த நொடி முதல் இதயதுடிப்பின் ஒலி அவள் பெயராகவே மாறி போனது அவனுக்கு.காத்திருந்தான் அடுத்த வெள்ளிக்கிழமைக்காக ஆய்வகத்தில் அவளை பார்த்து ரசிக்க..அந்த நாளும் வந்தது அவளும் வந்திருந்தாள். படபட வென அசையும் அவள் உதடுகள் ஆசிரியர்

வந்ததும் அமைதியாக அந்த வெகுளிதனத்திற்கும். திரையை திருதிரு வென பார்க்கும் கண்களுக்கும் அடிமையானான் அவன். அவளோடு பேசவேண்டும் என்பதே இவனின் அடுத்த நோக்கமாக இருந்தது.அதே எண்ணத்தோடு அன்றிறவு அதற்காக அவன் நண்பனிடம் ஆலோசிக்க அதற்கேனவே இருக்கிறது “இன்ஸ்டா-கிராம்” என்றான்.அதுவரை அதைபற்றி அறியாதவன் நுழைந்ததும் தேடினான் அவள் பெயரை,முழு பெயரையும் தேடினான் கிடைக்கவில்லை..இரண்டே எழுத்தில் அவளை எல்லோரும் அழைப்பார்கள் என்று தோன்றியது.. தேடினான் கிடைத்தாள்.. தோற்றிக்கொண்டது இதய துடிப்பு,தைரியத்தை வர வைத்து அனுப்ப தயாரானான் Hi.... என்ற குறுஞ்செய்தியை தட்டச்சு செய்து அழித்து மீண்டும் தட்டச்சு செய்து அனுப்பவும் மனமின்றி அழிக்கவும் மனமின்றி தடுமாறி தவித்தான்..அவள் நினைவுகளில் சிக்கிகொள்ள குழப்பத்தில் அனுப்பிவிட்டான் குறுஞ்செய்தியை, அனுப்பிய நொடிமுதல் எடுக்கவில்லை கண்களை கைப்பேசியில் இருந்து.காத்திருந்தான் அவள் குறுஞ்செய்திக்காக அப்போது தான் புரிந்தது கடிதத்தின் கஷ்டம். ஒருவழியாக பார்த்துவிட்டாள் பற்றிக்கொண்டது தீ அவனுக்கு.. கண்கள் கைப்பேசி திரையை இடைவிடாது பார்க்க துடித்தது திரை typing... யார்? என்று தெரியாமல் எப்படி பதிலுக்கு குறுஞ்செய்தி அனுப்புவாள் என்று எண்ணியவனின் எண்ணத்தை மெய்யாக்கியது அவள் மௌனம்..அடுத்த நொடியில் மறைந்தது அந்த typing..தொந்தரவு செய்ய விருப்பமில்லை அவனுக்கு அதனால் மேலும் குறுஞ்செய்தி அனுப்பவில்லை.அவள் நினைவுகள் இவனை சிறை வைத்தன. நாட்கள் அவளை வெள்ளிக்கிழமைகளில் பார்ப்பதிலும்,இடைவேளைகளில் இடைவிடாமல் பார்ப்பதிலும் ஓடின.ஒவ்வொரு முறையும் அவன் கண்கள் படைக்கபட்டதிற்கு அர்த்தம்

தேடிக்கொண்டன அவளை பார்க்கும் பொழுதெல்லாம்.மழைகாலம் துவங்கும் மாதம் அது. தான் வரப்போவதை முன்கூட்டியே அறிவிக்கும் வண்ணமாக வானவில்லை வரைந்திருந்தான் வருண பகவான்.அன்று வகுப்பு முடிந்து வானவில்லை அவன் ரசித்து கொண்டிருக்க அவனை கடந்து சென்றது மின்னலாக அவள் பார்வை. அது அவள் தானா..பார்த்தது தன்னை தானா என்று எழுந்த கேள்விகளுக்கு விடை காத்திருந்தது அன்றயை இரவில்..அவள் பார்வையில் பாதி நனைந்தவன் மீதி நனைந்தான் மாலை நேர மழையில்..ஒரு கோப்பை தேநீரும் ஓரளவு சத்தத்தில் அவன் காதோரம் கேட்கும் இளையராஜாவின் "**இதயமே**"பாடலும் அதில் வரும் வரிகளோடு தன் வாழ்வையும் ஒப்பட்டு இதமாய் இதயத்தில் ஏதோ ஓர் உணர்வு.அருகில் அவள் இல்லை என்ற ஏக்கம்..மழையின் கடைசி துளி இவன் கண்ணீராக காரணம் யார் இளையராஜாவா? ‘இதயமே’வா? இதயம் முழுதும் நிரம்பிய அவளா? சொல்ல தெரியவில்லை அந்த கண்ணீருக்கு. நட்பிற்கு பஞ்சமே இல்லை அவன் விடுதி வாழ்க்கையில் எல்லாம் மறைந்துபோனது அவர்கள், நகைச்சுவையில்,அளவில்லா அன்பில்..இவையெல்லாம் இவனை இயல்பு வாழ்க்கைக்கு திருப்ப இருளை சூடிக்கொண்டது வானம்..அந்த நொடி வந்த அழைப்பு சிந்திக்க வைத்தது அவனை..தன் குடும்பத்தில் அவளை ஒருத்தியாக்க நினைத்தவன் அவள் நினைவாலே மறந்துவிட்டான் தன் குடும்பத்தை..தன் அன்னையிடம் வந்த அழைப்பை பார்த்தவுடன் தோன்றியது அவனுக்கு ஒரு வாரமாய் வீட்டிற்கு அழைப்பு விடுக்காதது.. ‘சிவா’ எப்டி பா இருக்க?’ என்ற தன் தாயின் முதல் குரலில் ஒடுங்கியது நெஞ்சம்."படிக்குற புள்ளய தொந்தரவு பண்ணாதனு அப்பா சொன்னாரு நான் தான் புள்ள குரல கேட்டு ரொம்ப நாள் ஆச்சுனு நம்ம இலக்கியாவ phone பண்ண

சொன்ன" என்ற தாய் பரிவான வார்த்தைகளுக்கு மெதுவான குரலில் பதில் சொல்லி துண்டித்தான் அழைப்பை, எப்போதும் பேசும் தங்கை இலக்கியா விடம் கூட பேசவிடாமல் அன்னையில் அந்த இறுதி வார்த்தை முடக்கியது அவன் பேச்சை. "படிப்ப பார்த்துட்டு உடம்ப பாத்துக்காம விட்ராத உன்னவிட அந்த Mark ஒன்னும் ஒசத்தி இல்ல" தான் வந்த நோக்கம் அறியாமல் செய்து கொண்டிருக்கும் செயல்களை நினைத்து பார்த்தான், நிரம்பியது கண்கள். இதுவரை யாரும் தொடாத அவன் இதயத்தை அவள் தொட்டதன் மர்மம் என்னவென்று அவன் மனதில் பல கேள்விகள் எழ..அடுத்தமுறை இயற்கை அவளை சந்திக்க வைத்தால் அதை பற்றி சிந்திப்போம் அதுவரை தன் வாழ்வின் கடமைகளை நோக்கி ஓடுவோம் என்று அவனை முடிவெடுக்க வைத்தது அவன் அன்னையிடம் இருந்து வந்த அந்த அழைப்பு. அந்த இரவு முடிவதற்குள் தன் வாழ்வின் திருப்புமுனையை சந்திக்க போகிறோம் என்று அறியாதவன் மூழ்கி இருந்தான் ஆழ்ந்த சிந்தனையில். அவளை ஏன் தனக்கு பிடித்தனெ மூளையிடம் கேட்டான் ஒருவேளை அழகோ? என்று பதிலத்தது.இதயத்திடம் கேட்டான் விவரிக்க முடியாமல் திணறி வேகமாக துடிக்க ஆரம்பித்தது.அவள் நினைவில் இருந்து விடுபட நினைத்தவன் கைப்பேசியை கையில் எடுத்தான் காத்திருந்தது அந்த திருப்புமுனை.

அது என்றோ இவன் அனுப்பிய குறுஞ்செய்திக்கு அவள் அனுப்பிய பதில் "Hi...." தரையில் பட மறுத்தன கால்கள்,திரையை பார்த்து கொண்டிருந்த கண்களும் இமைக்க மறந்தன.என்ன பேசுவது என்று ஆயிரம் எண்ணங்களை கற்பனை செய்து வைத்தவனுக்கு அந்த நொடி ஒன்றுமே தோன்றவில்லை...type செய்தான் அழித்தான் மீண்டும் type செய்தான் அழித்தான். Do u know me என்ற அவனின் கேள்விக்கு Mmm...என்ற பதில்

வந்திருந்தது. இவனின் அடுத்த கேள்வி epdi...?அதற்கு அவள் அளித்த பதில் இவனுக்கு அவளுடன் பேச காரணங்களை தந்தது. அன்று ஏதோ அவசரத்தில் ஓடும்போது தெரியாமல் இடித்ததாக சொன்னாள். அவளுக்கு தன்னை நன்றாக தெரிந்திருக்கிறது என்று அவனுள் ஒரு அளவில்லா மகிழ்ச்சி.அவளை பற்றி ஓரளவு தெரிந்திருந்தாலும் ஒருசில வழக்கமான கேள்விகளை கேட்டான்..which department.? அவள் பதில்கள் அனைத்தும் அவனை ஆச்சிரியப்படுத்த துவங்கின."உங்க பக்கத்து lab-கு வர department என்றாள்"..ஒருவரை ஒருவர் அறிமுகம் செய்து கொண்டனர்.அன்றைய இரவு முடிவதற்குள் அந்த கேள்வியை கேட்டுவிட வேண்டும் என துடித்தான். எங்கே அதற்குள் சென்று விடுவாளோ என்ற பயத்தில். Oru vishyam kekkalaama..?என்றான்.அதற்கு அவள் naa onnu sollalaama..?என்றாள். இவன் அது என்னவாக இருக்கும் என்று குழப்பத்துடன் sollalaam என்றான். அவளிடமிருந்து வந்த பதில்: Onnu அதுவரை அவள் வெட்கத்தில் மட்டுமே மூழ்கிகிடந்தவன். அவள் வெகுளிதனத்திலும் மூழ்கிபோனான்."நான் இப்டி தான் அப்பப்ப விளையாடுவேன்"என்று அடுத்த குறுஞ்செய்தியை அனுப்பிவிட்டு Neenga ippo Antha Oru vishyatha kekkalaam..என்றாள். முதல் நாள் வேகமாக கல்லூரி பேருந்தை பிடிக்க ஓடியவள் ஏன் அடுத்த நாளில் இருந்து மாநகர பேருந்தில் செல்கிறாள் என்பதே அவனின் கேள்வியாக இருந்தது.அதற்கு அவள்..Typing... பதில் வந்தது அந்த கேள்விக்கு அவளிடமிருந்து.அதை கேட்டதும் அவள் இவ்வளவு வெகுளியானவளா? என்று தோன்றியது.அவன் எப்போது அதை நினைத்தாலும் புன்னகை பூத்திடும். முதல் நாள் வகுப்பில் உங்களுக்கு ஏதேனும் சந்தேகங்கள்,பிரச்சனைகள்

இருந்தால் என்னை தனியாக சந்தித்து கூறுங்கள் என்று சொல்லிய அவள் வகுப்பின் கணித பேரிசிரியையை அதிகம் பிடித்தது அவளுக்கு.அன்று வகுப்பில் அந்த பேராசிரியை கொடுத்த வீட்டுப்பாடத்தை அவள் வகுப்பிலே முடித்திருந்தாள் அதை கல்லூரி முடிந்து கல்லூரி பேருந்தில் வீடு செல்லும் அந்த பேராசிரியையிடம் காட்டி பாராட்டை பெறவே வேகமாக அன்று இவனை இடித்துவிட்டு ஓடினாள்.ஆனால் அவளால் அந்த பேராசிரியை கண்டுபிடிக்க முடியவில்லை என்று வருத்தமாக பதிலளித்தாள்.அவனுக்கு அது குழந்தைகள் சிறுவயதில் பள்ளியில் ஆசிரியரிடம் very good வாங்க அசைப்பட்டு வெறும் Good கிடைத்ததற்காக அம்மாவிடம் சொல்லி வருத்தபடுவது போல் இருந்தது.அவள் மாநகர பேருந்தில் இரயல்நிலையம் வரை சென்று அங்கிருந்து 20 நிமிடங்கள் இரயிலில் பயணம் செய்து கல்லூரிக்கு வந்து போவதாக சொன்னாள்.அவளை பற்றி ஒவ்வொரு புதிய விஷயங்களை அறியும் போதும் அவை அவனை ஆச்சரியத்தில் ஆழ்த்தியது.ஒருபக்கம் வெகுளியான பெண்ணாக இருக்கிறாள்.இன்னொரு பக்கம் தினமும் 20நிமிடம் இரயிலிலும் 20 நிமிடம் மாநகர பேருந்திலும் பயணம் செய்தும் கல்லூரிக்கு யார் துணையும் இன்றி வந்து போகும் தைரியமான பெண்ணாகவும் இருக்கிறாள்.இருவரும் ஒருவரை ஒருவர் குறுஞ்செய்தி வாயிலாகவே அறிந்து கொள்ள துவங்கினர்.

கல்லூரி முடிந்ததும் கைப்பேசியையே பார்த்துக்கொண்டு இருப்பான் அவ்வப்போது படிக்கவும் செய்தான் அவன் அன்னைக்காக.நாளை வெள்ளிக்கிழமை இதுவரை யாரென்று தெரியாமல் அவளை ஆய்வகங்களில்(lab) ரசித்து கொண்டிருந்தவன்.நாளை அவளை எவ்வாறு பார்ப்பேன் என்று சிந்தித்திருந்தான்.அப்போது gud eve என்று அவன் அனுப்பிய குறுஞ்செய்தி அவள் பதி-

லனுப்ப பேசத்துவங்கினார்கள்.இரண்டாம் நாளான அன்று பரிமாற துவங்கினர் அவர்கள் தங்களின் பிடித்தவை பிடிக்காதவற்றை பற்றி.அவள் விஜய்-யின் ரசிகை என்றும் தனக்கு விஜய்யை ரொம்ப பிடிக்கும் என்றாள்.தன் பெயர் விஜய் யாக இருக்க கூடாதா என்று ஏங்கினான்.Non-veg விட vegதான் அதிகம் பிடிக்கும்.தயிர் சாதமும் உருளை கிழங்கு பொறியலும் மிகவும் பிடித்த உணவு.நடனம் ஆடுவது பிடிக்கும், ஜானகியின் குரலில் பாடல்கள் பிடிக்கும், தன் பெற்றோரை அளவின்றி பிடிக்கும், நண்பர்களை அடுத்தபடியாக என்றவள், இறுதியாக கவிதைகள் பிடிக்கும் என்றாள், உறவினர்களை பிடிக்காது என்றாள். உனக்கு என்ற அவளின் கேள்விக்கு

அவளைபோல பதில் சொல்ல தெரியவில்லை அவனுக்கு. தனக்கு பிடித்தவற்றை அவன் சொல்வதற்குள்.நான் சொல்லியவை எல்லாவற்றையும் விட தன் அடுத்த அன்னையான அவள் அக்காவையும் அக்காவின் குழந்தையையும் பிடிக்கும் என்றவள். இப்போது உன்னை பற்றி சொல் என்றதும். தனக்கு பிடித்தது அம்மா,தங்கை குடும்பம் என்றவன் சிறிது யோசித்து இளையராஜா இசை பிடிக்கும் என்றான். வேறு ஏதும் தன்னை பற்றி சொல்லி அவள் பேசுவதை தடுக்க இடம் தரவில்லை மனம். அவள் பேசிக்கொண்டே இருக்க வேண்டும் இந்த இரவு முடியாமல் நீள வேண்டும் என்பதே அவன் எண்ணமாக இருந்தது. அவன் மனது அவளை காதலியாகவே நினைத்துக் கொண்டிருக்க அவள் தன்னை எவ்வாறு நினைப்பாள் என்ற கேள்விக்கு விடை- தெரியாமல் தடுமாறியது அவன் மனம்.குழந்தைதனமான பேச்சுகளும் முதிர்ந்த கவனமான வார்த்தைகளும் அவள் மேல் காதலை அதிகப்படுத்தின.தன் அக்காவின் குழந்தைக்கு நிலவை காட்டி உணவூட்ட செல்கிறேன் என்றாள் பைத்தியக்காரிஅந்த குழந்-

தைக்கு உணவூட்டுவதே நிலவுதான் என்று அவனுக்கு மட்-டும் தான் தெரிந்திருந்தது.விடிந்தது அன்று வெள்ளிக்கிழமை. அவளை நேரில் அறிமுகமான ஆணாக சந்திக்க போகி-றான்.அவளுக்கு பிடிக்கும் என்ற ஊதா வண்ண சட்டை அணிந்-தவன் வகுப்பறையில் கனவுகளோடு காத்திருந்தான் ஆய்வகம் செல்லும் அந்த பாடவேளைக்காக.அந்த நேரமும் வந்தது. சிவப்பு நிற சுடிதார் சூடிக்கொண்டிருந்தது அவளை,மச்சம் மையம் கொண்டிருந்தது நெற்றியில் கருப்பு பொட்டாக,காலையில் சூடிய அந்த சிகப்பு ரோஜா இன்னும் சிரித்து கொண்டே இருக்கிறது அவள் கூந்தலில்.தான் யார் என்பதை மறந்து ரசித்தான் அவளை.ஒரே ஒரு பார்வை வீசிவிட மாட்டளா என்று ஏங்-கியவனுக்கு ஏமாற்றம் தந்தாள். அன்றயை வகுப்பு முடிந்ததும் அவளிடம் நேரில் பேசிட நினைத்தவன் பின் தொடர்ந்தான் அவளை.அவளை எவ்வாறு அழைப்பதேன்று தெரியவில்லை, முழுபெயரில் அழைப்பதா இல்லை வெறும் இரண்டெழுத்து கவி-தையான அவள் நண்பர்கள் அழைப்பது போல் அழைப்-பதா.?இதை யோசிப்பதற்குள் அவள் வெளியே சென்று பேருந்தை ஏறிவிட்டாள். அன்றிரவு அவள் குறுஞ்செய்திக்காக காத்திருந்-தான்.Nice shirt என்ற குறுஞ்செய்தி வந்திருந்தது அவளிடமி-ருந்து. தன்னை ஒரு பார்வை கூட பார்க்காதவள் எப்படி சொல்-கிறாள் என்று, பெண்களின் கண்கள் நொடிக்கு நூறு பார்வை பார்க்கும் என்று அவனுக்கு அப்போது தான் புரிந்தது.அவளி-டம் விதவிதமான கேள்விகள் கேட்டு அவளை புறிந்து கொள்ள நினைத்தான்.அதில் முதலாவது கேள்வி அவளின் ஆசை-கள்.அவளுக்கு பாரம்பரிய நடனம்(classical dance) கற்க ஆசை, முகஓவிய கலையை கற்க ஆசை(face Art), சுதந்தி-ரமான பெண்ணாக வாழ ஆசை என்றாள்.உனக்கு என்று வந்த

அவளின் அடுத்த கேள்விக்கு தன் குடும்பத்தை நன்றாய் பார்த்-துக்கொள்ள மட்டும் ஆசை என்றான் ஆனால், அவள் ஆசை-களை கேட்டவுடன் அவற்றை நிறைவேற்றுவதை தன் ஆசை-யாக்கினான் அவன்.நாட்கள் செல்ல செல்ல அவர்களது நெருக்-கமமும் அதிகமானது.இன்ஸ்டகிராமில் தொடங்கி WhatsApp வந்திருந்தது நட்பு.

முதன் முதலாய் அவள் தெரியாமல் இடித்து சென்றதும்,அவள் பார்த்த கடைக்கண் பார்வையும்,ஒவ்வொரு வெள்ளிக்கிழமை ஆய்வக பாடவேளையில் அவளை ரசிக்கும் நினைவுகளுடனும் நாட்கள் ஓடின.ஆயிரம் ஒத்திகைகள் பார்த்திருப்பான் எப்படி-யாவது அவளை நேரில் பார்க்கும் வெள்ளிக்கிழமைகளில் தன் காதலை சொல்லிவிட,ஆனால் அவளை நெருங்கும் போது நெஞ்சம் துடிக்கும் சத்தம் வேண்டாமென்று தடுத்துவிடும் அது-போலதான் அன்றும் காதலை சொல்லாமல் விடுதி வந்து சேர்ந்-தான்.வழக்கம் போல் குறுஞ்செய்திக்காக காத்திருந்தான்.அடுத்த இரண்டு நாட்கள் விடுமுறை என்பதால் அவளின் பேச்சில் சிறைப்பட்டு கிடக்க தயாராக இருந்தான்.அந்த இரண்டு நாட்க-ளில் அவள் கூறப்போகும் விஷயங்களால் அவன் காதல் மறைக்-கப்பட போகிறதென்று அப்போது தெரியவில்லை அவனுக்கு.எப்-போதும் மாலை விட்டிற்கு இரயிலில் செல்லும் போது அவள் அனுப்பும் குறுஞ்செய்தி வரவில்லை அன்று, Saptiya..? என்ற குறுஞ்செய்தி கைப்பேசி திரையில் வர விரைந்தான் பதி-லனுப்ப.அவளின் இந்த கேள்விக்கு உண்மையான பதிலனுப்பவே உணவருந்த செல்வான். அடிக்கடி அறிவுரைகளும் சொல்வாள் தன் தாயை போன்றே.ஒருவரை ஒருவர் அக்கறையாக பார்த்துக் கொள்ள ஆரம்பித்தனர்.அவள் நேரம் கடந்து உணவு உண்பது பிடிக்காது அவனுக்கு. அவனை கோபப்படுத்தி பார்க்கவே தாம-

தமாக உண்பாள். உணவில் ஆரம்பித்த உரையாடல் நீண்டு கொண்டே இருக்க அவளை கோபப்படுத்தி பார்க்க ஆசை வந்தது இவனுக்கு. அவளுக்கு பிடித்த விஜய்யை திட்டினால் அவளுக்கு கோபம் வரும் என்று அறிந்தும் பேசினான்.கோபத்தில் சிவக்கும் அவள் முகமும்,வேகமாய் தன்னை திட்டும் உதடுகளும்,படபட வென பேசும் கண்களும் கற்பனையாக வந்து போனது அவனுக்கு.

அவன்:*Intha Vijay nu oru Actor erukkarula unakku theriyuma.?.*

அவள்:*Yen unakku theriyaatha?*(கோபமுடன்)

அவன்:*SA Chandra Sekar nu oruthar illa na Vijay lam Onnume illa, waste* என்றான்.

அவள்: *Oh Apdiya?*

அவன்: *Ama,unmathana?*

அவள்:*Enimay yen kitta pesatha Plz.*

இந்த குறுஞ்செய்தியை பார்த்ததும் விளையாட்டை நிறுத்திக்கொண்டவன். மன்னிப்பு கேட்க துவங்கினான்..''**Chorry**'' இப்படிதான் மன்னிப்பு கேட்டுக்கொள்வார்கள் இருவரும் அவள் குழந்தைதனத்தில் இதுவும் ஒன்று.பதில் ஏதும் வரவில்லை. Online இந்த வார்த்தை அவள் பெயர் அருகே கண்பிக்காதா? என்று ஏங்கினான், அவ்வளவு கோபமா? அவளுக்கு, கல்நெஞ்சக்காரி அவன் ஏங்குவான் என்றும் தெரிந்தும் தண்டனை கொடுத்து சென்றுவிட்டாள், அது அவர்களின் முதல் பிரிவானது...

அதுவரை எத்தனையோ நாட்கள் தனிமையை ரசித்தவனுக்கு அவள் தந்த தனிமை அவளை பற்றி இடைவிடாது நியாபகங்களை தந்தது. நம்மை பற்றி ஒரு நொடியாவது சிந்திப்பாளா..?என்ற கேள்விக்கு பதில் கிடைக்கவே இல்லை

காத்திருக்கிறாள்.

அவனுக்கு.அவள் நினைவுகளிலே கழிந்தது அந்த இரவு. விடிந்ததும் கண்கள் கைப்பேசியில் அவள் பெயரை தேடியது. அவன் மன்னிப்பை ஏற்றதாக பதில் குறுஞ்செய்தி வரவில்லை, தேக்கி வைத்த காதல் கத்தியாக மாற கிழித்திருந்தது இதயத்தை, நேரடியாக Call செய்ய முடிவெடுத்தான். Call-ஐ வேறு யாரெனும் எடுத்தால் என்ன செய்வது என்பது போன்ற ஆயிரம் கேள்விகளுக்கு பதிலை தயார் செய்தான். Ring ஐ விட வேகமாக அடித்தது அவன் இதயம். அந்த பக்கத்தில் இருந்து ஒலித்த குரல் இவன் மூச்சுச் திணற வைத்தது. குயிலின் குரலுக்கும் குழந்தையின் குரலுக்கும் இடையில் ஏதோ ஒரு ராகத்தில் அமைந்த எட்டாவது சுவரம் அந்த குரல்.அவள் குரல். Hello இவனின் இந்த வார்த்தையை கேட்டதும் அவளிடமிருந்து வந்த கேள்விக்கு பதிலே இல்லை அவன் தாயர் செய்து வைத்த ஆயிரம் பதில்களில். யாரு பேசுறது..? என்ற கேள்வியது, துண்டித்துவிட்டான் அழைப்பை துடிக்கும் இதயம் அமைதியாவதற்குள் வந்தது அழைப்பு அவளிடமிருந்து...

இரும்பு Gate ஐ யாரோ திறக்க எட்டிப்பார்த்தாள் இரண்டு மணி நேரமாக அவனுக்காக காத்திருந்தவள்..அவன் வந்து விட்டான். ஓடிச்சென்று அவனை கட்டியணைக்க கைகள் துடிக்க அவன் கண்களில் தெரியப்போகும் காதலை அவன் முகத்தில் இதழ் பதித்து ஏற்றுக் கொள்ள தயாரானாள். வேகமாக விட்டிற்குள் வந்தவன் Emergencyகு Call பன்னா எடுக்க மாட்டியா?என்று கோபத்தில் கத்தினான். பேசாம வீட்டுக்கே வராம எங்கயாசும் போயிரலாம்னு இருக்கு என்ற வார்த்தைகளே கூறியவாரே அறைக்குள் நுழைந்தான். தன் கணவனின் நண்பன் பேசிக் கொண்டிருக்கையில் வந்த இரண்டாம் அழைப்பு அவனுடையது என்று அப்போதுதான் புரிந்தது அவளுக்கு. விழிதாண்-

டாமல் பார்த்துக் கொண்டாள் கண்ணீரை. அவனிடம் காலை போட்ட சண்டைக்காக மன்னிப்பு கேட்க காத்திருந்தவளின் மனம் உடைந்து போனது அவனின் வார்த்தைகளால், அமைதியாக சென்று விட்டாள் தனி அறைக்கு. அவன் மழையில் சிக்கிக் கொள்ளாமல் வீடு வர வேண்டிக்கிடந்தவளின் காதலை புரிந்து கொள்ளாமல் கோபப்பட்டுவிட்டான். இருவரும் தனி தனி அறை-யில் இருக்க அமைதி கைப்பற்றியது அவர்கள் வீட்டை, கோபத்-தில் அவளோடு பேச விருப்பமில்லை அவனுக்கு. தன் காதலை புரிந்து கொள்ளாமல் கோபப்பட்டவனிடம் பேச மனமில்லை அவளுக்கு. அவள் ஒருவார்த்தை பேச மாட்டாளா? என்று ஏங்-கியவன் இன்று அவளை ஏங்க வைத்துவிட்டான். அவளும் அவன் காதல் நினைவுகளில் மூழ்கிகிடக்கிறாள்.

முதல் பிரிவின் போது அவளிடமிருந்து வந்த Call ஐ எடுத்தது காதில் வைத்தான் அவன்.மனதில் ஆயிரம் குழப்பங்களுடன் பேசப்போகும் வார்த்தைகளை கவனிக்க காதுகள் பாம்புகளிடமி-ருந்து கடன் வாங்கி வைத்திருந்தான். Hello இந்த number கு Call வந்துசு யாரு நீங்க..? என்ற குரல் அவளுடையது தான்,வேறு யாரும் பேசவில்லை என்று ஆனந்தம் கொள்வதா? தன்னை யாரென்று தெரியாதது போல் பேசுவதற்கு வருத்தம் கொள்வதா? என்று தெரியவில்லை,மனதில் தைரியத்தை வர வைத்துக்கொண்டு நான் Shiva பேசுறன் என்றான். உடனே அங்கிருந்து அவனுக்கு கேட்க கூடாதென்று சிரிப்பை அடக்கும் சினுங்கல் சத்தம் கேட்டது.

அவள்: நான் கோவமா இருக்க..

அவன்: Sorry கேட்க தான் call பன்ன..

அவள்: உங்க Sorry லாம் இங்க யாருக்கும் தேவையில்ல..

அவன்: கோவபடாத 100 times sorry..

அவள்:100 sorry னு ஒரே ஒரு sorry சொல்ற..100 times sorry சொல்லு..

அவள் குழந்தைதனத்தை என்ன சொல்வதென்று தெரியவில்லை அவனுக்கு.. ஒவ்வொரு sorry யையும் எண்ணிக் கொண்டிருந்தாள்..

அவன்: sorry sorry sorryyy

அவள்: 78 79 80

100 எண்ணி முடித்ததும் அவள் சிரித்த சிரிப்பை மீண்டும் கேட்க எத்தனை நூறாயிரம் முறை மன்னிப்பு கேட்கலாம் என்று தோன்றியது.

ஒரு வழியாக அவளை சமாதானப்படுத்திவிட்டு இயல்பாய் பேச துவங்கினர்.அவன் காதல் மறைக்கப்பட போவதுற்கு அந்த பேச்சு அடித்தளம் என்று அரியவில்லை அவன்.வீட்டு வேகைளை செய்து விட்டு கலைப்பில் தனியறைக்கு வந்த நேரத்தில் தான் சரியாக Call வந்தது என்றாள்.

அவன்:ஆமா ஏன் online வரல..கோவத்துலயா..?

அவள்: (மௌனமாக இருந்தாள்)..

அவன்: இருக்கியா...? அவள்: இருக்கன்... அவள்:அது வீட்ல முக்கியமான விஷயம் பேசுனாங்க அதான்..

அவன்: என்ன விஷயம்னு தெரிஞ்சுக்கலாமா..?

அவள்: அதுவா.(யோசித்து) என் engagement பத்தி.. தன் காதில் ஒலித்தது சரிதானா..? என்று சரி பார்க்க மீண்டும் கேட்டவனுக்கு அதே பதில் கிடைத்தது. யாரும் தொடமுடியா ஆழத்தில் தன் காதலை புதைக்க மனதிற்குள் பள்ளம் பறித்து கொண்டான்.

அவன்: சொல்லவே இல்ல..என்ன தீடீர்னு..?

அவள்:அதுவா..அப்றம் சொல்ற.. சிரித்துக்கொண்டாள்.

அவன்:ஏன் சிரிக்குற..

அவள்: ஒன்னும் இல்ல..

அவன்: மனதை கல்லாக்கி கொண்டு என்ன Date..? அவள்: January 27 கண்டிப்பா வரனும்..இப்போ அம்மா கூப்பிட்றாங்க Bye..Good Night

என்றாள், கேட்பதற்கு..

ஏன் இவ்ளோ சிக்கிரம் திருமனம்.?

யார் பையன்..?

போன்ற ஆயிரம் கேள்விகள் இருந்தும் கேட்க தவறினான். ஏதோ ஓர் சொல்ல முடியா சோகம் கைப்பேசியை தூரம் வீசியவனுக்கு இருட்டியது கூட தெரியவில்லை.உணவுகள் வேண்டாமென்றவன் வராத போதும் உறக்கத்தை தேடிக்கொண்டிருந்தான்...

3. அச்சோ...!

Jan 27 தேதி வந்தது..அவள் வீட்டை நோக்கி முன்னேறிக் கொண்டிருந்தன அவன் கால்கள்... கால்கள் அவள் வீட்டை நோக்கி முன்னேற, மனம் அவள் மேல் தான் காதல் கொண்ட தருனத்தை எண்ணிப்பார்த்துக் கொண்டே நகராமல் அவள் நினைவுகளிலே நின்றன. அவள் வீட்டிற்கு முதன் முதலாய் அவளை காண செல்கிறான்..அவள் நிச்சயதார்தம் அன்று, முகத்தில் புன்னகை, மனமெல்லாம் ரனம், மேடையில் அவள். யாருக்கும் கிடைத்திராத அறிய தருணம் அது. அவளை சுமந்து நின்றதால் அவன் கண்களுக்கு அரியனையாகவே தெரிந்தது நிச்-சயதார்த்த மேடை. அவனை மேடையில் இருந்து வரவேற்-றாள். அழகிய பொருத்தம் தான் அவர்களுக்கு.மேடைக்கு போக மனமில்லை.நடுங்கின கால்கள். பார்வையால் வாழ்த்துச் சொல்லி வந்துவிட்டான். வழியெல்லாம் அவள் நினைவுகள் வழியனுப்பி வைத்தன அவனை. விடுதி வந்து சேர்ந்ததும் வாழ்வதில் அர்த்தம் என்னவென்று தோன்றின.மாலை வந்தது, அவளிடமிருந்து அழைப்பும் வந்தது உண்ணாமல் சென்றுவிட்ட காரணம் கேட்க, உதிரதத் துளிகள் உறைந்து போய் நின்றன, அதுவரை அவளிடம் பொய் பேசாதவனை அந்த கேள்வி பொய் பேச வைத்தது. இரு-பது நிமிடத்தில் அழைப்பை அவள் துண்டிக்க. அன்று அவன் எடுத்த முடிவு அவளோடு இருந்த நட்பை துண்டிக்க செய்-யும் என்று அவன் நன்கு அறிந்திருந்தான். இயந்திர வாழ்க்கை அவள் உரையாடல் இன்றி சுழல துவங்கியது. வெள்ளிக்கிழமை-களில் அவளை பார்ப்பதை நிறுத்திக் கொண்டான்.ஏன் என்னோடு சரியாக பேசுவதில்லை என்ற கேள்விக்கு. தான் இதே கல்லூரி-

யில் வேறு பெண்ணை காதலிப்பதாகவும் அவளோடு பேச முயற்சி செய்ததாகவும் அந்த வேலையில் அவளை மறந்துவிட்டதாகவும் நாளை மாலை 5 மணிக்கு அவளிடம் தன் காதலை சொல்லப்- போவதாகவும் சொன்னான்.

கோபப்படுவாள் என நினைத்தான்.மகிழ்ச்சியோடு..யோசனைகள் சொன்னாள், கவிதைகள் மூலம் காதலை சொல்ல சொன்- னாள்.ஒருவேளை அவள் கோபப் பட்டிருந்தால் அவனுக்கு இரண்டாம் திட்டத்தை பயன்படுத்த அவசியம் வந்திருக்காது. தான் காதலித்தவளே தனக்கு இன்னொரு பெண்ணிடம் காதலை கூற உதவி செய்வதெல்லாம் அதிர்ஷம் பெற்றவனுக்கு மட்டுமே கிடைக்கும் பாக்கியம். அவன் மனதில் ஓடியதெல்லாம் இரண்டே விஷயங்கள் தான். அடுத்த திட்டத்தை எப்படி நிறைவேற்றுவது, அது நிறைவேறியவுடன். தன் அன்னைக்காக படித்து அவர்களின் ஆசைப்படி ஒரு வேலையோடு ஊர் போய் சேர்வதும் கடைசி- வரை அவர்களை காப்பாற்றுவதும். ஆனாலும் அவள் நினைவு- கள் தன்னை என்ன செய்யுமோ என்ற குழப்பத்துடன். மறுநாள் அவளிடம் தன் பொய்யான காதலியை பற்றியும் அவளிடம் தன் பேசிய தருணங்களை பற்றி அவள் கேட்டால் தடையின்றி பொய் சொல்ல கதைகளை தயார் செய்து கொண்டிருந்தான். மறுநாள் வந்தது, இருவரும் பேச துவங்கினர். அவன் தயார் செய்த கதை- கள் எல்லாம் காற்றில் பறந்தன..அவள் அந்த பெண்ணை பற்றியும் அவன் காதலை சொல்லப்போவதாக சொன்ன பொய்யை பற்றி- யும் ஒரு வார்த்தை கூட பேசவில்லை. இவனுக்கும் அதைப்பற்றி பேசி மேலும் அவளிடம் பொய்கள் பேச விருப்பமில்லை. அவளது வாழ்க்கையில் இன்னும் தான் இருப்பது சரியாக படவில்லை அவனுக்கு, அடுத்த திட்டத்தை நிறைவேற்ற காலம் பார்த்துக் கொண்டிருந்தான். அடிக்கடி பேசுவதை குறைத்துக் கொள்ள. தன்

உயிர் பிரிவதை தானே பார்த்துக் கொண்டிருந்தான். ஒரு நாள் பேசாத அவன் மறுநாள் பேசுகையில் அந்த திட்டம் பளித்தது அன்று, விளையாட்டாக ஆரம்பிக்கும் போது தெரியவில்லை போக போக இது தான் சரியான நேரமும் சூழ்நிலையும் என புரிந்து கொண்டான். அவள் கோபம் அவனுக்கு நன்றாகவே தெரியும். தன் நண்பன் பேசுவதை போல தானே அவளிடத்தில் பேச துவங்கினான். அவள் அதை நம்பாமல் இருக்க அவளை போராடி நம்பவைத்து,கேள்விகளால் அவளை கோபப்படுத்தினான். அவன் உங்களை காதலிப்பதாகவும் அதை சொல்ல தயங்குவதாகவும் நண்பனான என்னிடத்தில் இதையெல்லாம் சொல்லி புலம்புவதாகவும் சொன்னான்..அவளுக்கு கோபம் தலைக்கேற, சந்தேகமும் பற்றிக்கொண்டது ஒரு வேளை பேசுவது அவன் தானோ என்று, Shiva எங்கே என கேட்டாள். அவன் தூங்குவதாகவும், தான் அவன் கைப்பேசியை பயன்படுத்துவதாகவும் சொன்னான்...வந்தது கோபம் அவளுக்கு. அவனை பற்றி நன்கு தெரியும் அவளுக்கு அவன் கைப்பேசியை யாருக்கும் தர மாட்டான் என்று நன்கு அறிந்தவள். பேசுவது அவன் தான் என்று உறுதி செய்துகொண்டாள். இவ்வளவு கீழ்தரமான(cheap) செயலை அவன்
செய்வான் என்று அவள் நினைக்கவே இல்லை...உடனே அவன் நட்பை துண்டிக்க நினைத்தாள்..இவ்வளவு நேரம் பேசியது நீ தான் என்று நன்றாக தெரியும். இனிமேலும் உன்னோடு பேச விருப்பமில்லை என்றாள். இறுதியாக good bye... தன் திட்டம் நிறைவேறியதென்று மகிழ்ச்சி கொள்வதா இல்லை இனிமேல் அவள் தன் வாழ்வில் நினைவுகளில் மட்டும் தான் நிஜத்தில் இல்லை என்று கவலை கொள்வதா தெரியவில்லை. இடையில் வந்தவன் இடையில் போனதாய் அவள் நினைத்து கொள்வாள்

இனிமேல் அவள் வாழ்க்கையில் இன்பம் மட்டுமே என்ற நினைப்பு அவன் கவலைகளை மறக்கடித்தது. இருந்தாலும் அவளுக்கு சந்தேகம் வரக்கூடாதென்று விளையாட்டாக செய்ததாகவும் மன்னிப்பையும் கேட்டான். ஏனெனில் எப்போதும் சண்டையில் அவளை சமாதானப்படுத்துவான் அவன். அவள் முடிவில் மாற்றமில்லை என்றவுடன், நிறுத்திக் கொண்டான் பேசுவதை. நீ செய்தது தவறு என்று இதயம் சொல்ல எல்லாம் அவளின் நன்மைக்குதான் இனி அவள் வாழ்வில் இன்பம் தான் என்று மூளை சொல்ல..இந்த ஒரு முறை மூளை சொல்வதை கேட்டுவிட்டான் அவனும், இரண்டாம் திட்டம் பளித்தது. எல்லோரின் வாழ்க்கையிலும் முதல் காதல் தோல்வியிலே முடியும் என்று படித்தவை எல்லாம் நிஜமாகி போகும் என்றும், தானே அவள் தன்னைவிட்டு பிரிய காரணமாய் இருப்பேன் என்றெல்லாம் நினைத்துக்கூட பார்த்தது இல்லை அவன்...எங்கிருந்தோ வந்து அவளை பார்த்து இனி வாழப்போகும் வாழ்க்கை அவளோடுதான் என கற்பனை செய்து வந்ததெல்லாம் நெஞ்சுக்குள் நீங்கா நினைவாகிபோனது. ஆனால் எல்லாம் அவள் நன்மைக்கே என்று நினைக்கையில் எல்லாம் மறந்துபோனது.. தான் நினைத்தது போன்றே அவள் வாழ்வில் ஒவ்வொரு நொடியும் இனிமையாய் வாழப்போகிறாள் என்ற எண்ணம் அவன் செயலை நியாயப்படுத்தின. முதன்முதலாய் தன்னை தெரியாமல் இடித்த நொடி..முதலில் அவளை தேடி. வெள்ளிக்கிழமைகளில் அவளை ஆய்வகத்தில் பார்த்து, பின்தொடர்ந்து. ஒருவழியாக அவளோடு பேசி, நட்பாய் பழகி..சண்டையிட்டு சோகங்களை பகிர்ந்து..சந்தோஷத்தில் சிரித்த காட்சிகள் எல்லாம் இன்றும் நினைவில் நீங்கா சுவடுகள்,இனிமேல் வாழ்வது யாருக்காக என்று அவனை அவனாகவே கேள்வி கேட்க, மணியடித்தது அவன் அலைபேசி-

யில் உடனே தூக்கத்தில் இருந்து விழித்துக் கொண்டான்...
சூரிய ஒளியில் கண்கள் கூசியது..அழைப்பில் அன்னை இருக்க ஒன்றும் புரியவில்லை அவனுக்கு...
அம்மா: என்னபா..நேத்து phone பன்னவே இல்ல...
Shiva: night சீக்கிரமே தூங்கிட்ட அதான் பன்னல...
அம்மா: சரி..சரி நேரத்துக்கு தூங்குறது correct தான்..ஆனா சாப்டுட்டு தூங்குபா.. சிரித்துக்கொண்டே சரிமா..என்று பேசி முடித்ததும்..
குழப்பத்தில் தலை சுற்றியது...கடைசியாக அவள் தனக்கு நிச்சயதார்த்தம் என்று கூறியதும்... அவள் தன் அம்மா கூப்படுவதாக கூறி சென்றதும்..விரக்தியில் தான் உணவு வேண்டாமென்று அவள் நினைவில் இருட்டில் படுத்துக் கிடந்ததும் நினைவுக்கு வந்தது. அப்போது தான் உயிர் வந்தது அவனுக்கு...எல்லாம் "**கனவென்று**" புரிந்தது. மூன்று மாதம் கழித்து வரப்போகும் january 27 தான் நேற்று தன் கனவில் வந்தது. தன் கண்டதெல்லாம் கனவு என்ற நிம்மதி ஒருபுறம்,ஆனாலும் இதேதான் மூன்று மாதங்கள் கழித்து நடக்க போகிறதென்ற எண்ணம் ஒருபுறம். இனிமேலும் அவளோடு பேசலாமா?.இன்னும் மூன்று மாதத்தில் நிச்சயம் ஆகப்போகும் பெண்ணிடம் மனதில் காதலோடு பேசுவது சரியா..? இல்லை தன் கனவில் வந்தது போன்றே திட்டத்தை பயன்படுத்தி அவளுக்கு தன் மேல் கோபமும் வெறுப்பும் வரச்செய்து விடலாமா என்று நெஞ்சம் நிறையும் வரை கேள்விகள் அவனுள்.அதுதான் சரியான வழி தன் காதல் அவளிடம் சொல்லாமலே சாகட்டும் என்று முடிவெடுத்தான், மனதில் அவள் முகத்திலும் அகத்திலும் எப்போதும் மகிழ்ச்சி இருக்க வேண்டும் எனவே விரும்பினான்.கனவில் நடந்ததை நிறைவேற்றிவிட சென்றான்..சென்றதும் அவனுக்கு வந்திருந்த குறுஞ்செய்-

திகள் அவனை ஒரு நிமிடம் நிலைகுலைய வைத்தது..சரியாக 15 குறுஞ்செய்திகள் பொறுமையாக படிக்க தொடங்கினான்.

தாமதமாக வரப்போவதை சொன்னால் பயப்படாமல் இருப்பாள் என்று Call செய்தால் காலை நடந்த சண்டையை மனதில் வைத்துக் கொண்டு cut செய்து விட்டாள். இருந்தாலும் நாம் அவள் மீது கோபப்பட்டிருக்க கூடாதோ?.எதுவும் பேசாமல் அறைக்குள் சென்றுவிட்டாள். நாமே சென்று பேசலாமா? நமக்காக வாழ்பவள், தன் ஆசை மனைவி, அவள் முகத்தை இப்படி பார்க்க நன்றாக இல்லை, எப்போதும் அவள் உதட்டோரம் ஒட்டி இருக்கும் புன்னகையை காணவில்லையே..? இப்படியெல்லாம் அவனுக்குள் அவள் நினைவுகள் வந்து வந்து போக தவித்து போனான்..பக்கத்து அறையில் தான் இருக்கிறாள்..ஆனாலும் ஏதோ ஒன்று அவளிடம் செல்ல விடாமல் தடுக்கிறது....சரி நேரில் செல்ல வேண்டாம் குறுஞ்செய்தி அனுப்புவோம் என்று யோசனை வந்தது...ஆனால் அந்த யோசனை அவனை இருவரும் காதலித்த நாட்களுக்கு கொண்டு சென்றது... அவள் அனுப்பிய குறுஞ்செய்தியில்...

@9:15 PM
Hello...shiva..
Saptiya..
Yenna online ah kanom..
Yenna pandra..
After 9:45PM
Oh..sir busy ya..
Un kitta oru mukkiyamana vishyam sollam nu ninacha...

Seri okay..
Good night..
@10:44 PM
Yenga da pona...eruma...
Thoongitiya...

தான் ஒரு இரவு online வரவில்லை என்றதும் அவள் தவித்த தவிப்பு அந்த குறுஞ்செய்திகளில் தெரிந்தது...ஆனால் அவள் நிச்சயதார்த்தம் ஆகப்போகும் பெண் என்ற உணர்வு இவனை தவிக்கவிட்டது...தவிப்பை தணிக்க அவள் வந்துவிட்டாள் online க்கு...கைகள் நடுங்க,

அவன்:chorry madam..night thoongita athan online varala..
அவள்: Nan kovama erukka..
அவள் கோபத்தை அவளே சொல்வதில் அத்தனை அழகு அவள்...முகத்தை சுருக்கி கொள்வாள்...கண்கள் சிறிதாய் சினம் காட்டும்..நினைத்து பார்த்தாலே அவனை அரியாமலே சிரித்துவி-டுவான்..
அவன்: athan Chorry sonnane..?
அவள்: Chorry poori lam onnum vena..
அவன்: seri..nee kovamave eru ana முக்கிமான விஷ-யம்னு சொன்னியே அத மட்டும் சொல்லு...?
அவள்: முடியாது...Po..
அவன்: Nan pavam la..sollu plz..?
அவள்: Nee ya pavam..nee fradu... அவளது திட்டல்களை வாங்கவே தவறுகள் செய்து மாட்டிக்கொள்ளலாம் என்று தோன்-றியது...

அவள்: Seri seri..soldran...wait pannu...athu oru periya kathai...type panna late aagum...

இருபது வரி குறுஞ்செய்தி வந்திருந்தது...அன்னைக்கு நீ vijay பத்தி எனக்கு கோபம் வர மாதிரி பேசுனல.... இருபதுவரி குறுஞ்செய்தியில்...முதல் வரி அவர்களுக்குள் நடந்த சண்டையை கூற...மீதிவரிகள் தான் அவன் உயிரோடு வாழ காரணம்.. நீ vijay பத்தி எனக்கு கோபம் வர மாதிரி பேசுனல..அதே மாதிரி நானும் உன்ன கோவமாக்கலாம்னு ஒரு பொய் சொன்ன..ஆனா அத நீ நம்பிட்ட, உண்மையா எனக்கு நிச்சயதார்த்தம்லாம் இல்ல...உன்ன ஏமாத்தலாம்னு பொய் சொன்ன, அதுக்குள்ள அம்மா கூப்டாங்க..சரி வந்து உண்மைய சொல்லலாம்னு நினைச்ச..ஆனா அதுக்குள்ள நீ online விட்டு போயிட்ட, வந்து சொல்லாம்னு பார்த்த நீ வரவே இல்ல..எவ்ளோ நேரம் wait பன்ன தெரியுமா..? இந்த குறுஞ்செய்தியை படித்ததும் அவனுக்கு ஒன்றுமே புரியவில்லை... குழப்பத்தில் தலைவெடித்தது...அவள் தனக்கு நிச்சயதார்த்தம் என்றது பொய் என்ற வரியை மட்டும் மீண்டும் மீண்டும் படித்து உறுதி செய்து கொண்டான்..ஒரு நாள் தன் வாழ்வை பின் நோக்கி பார்த்தான்...அவளுக்கு நிச்சய-தார்த்தம் நடந்ததாக தனக்கு வந்தது கனவு...தனக்கு நிச்சய-தார்த்தம் என்று அவள் சொன்னதும் பொய்..இந்த நொடியை விட மகிழ்ச்சியான தருணம் இனி அவன் வாழ்வில் நடக்குமா..? என்று தெரியாதவனாய் சந்தோஷப்பட்டான்...ஆனால் இனிமேல்-தான் அவன் வாழ்வில் பொறுப்பு, சுமைகள்,துன்பங்கள்,வறுமை வரப்போகிறதென்றும் அதனால் அவன் எடுக்கப்போகும் முடிவு தன் வாழ்வை மாற்றப்போகிறது என்றும் அப்போது தெரியவில்லை அவனுக்கு...

அவள்: hello...erukkiya..?
அவன்:erukka..erukka..
அவள்:antha msg ku reply ve kaanom..
அவன்:nan kovama erukka..

அவள் மீது கோபப்படவே தெரியாதவன் பொய்யாய் கோபப்பட்-டான்...அவள் சொன்ன பொய் தன்னை கனவில் மரணம் வரை அழைத்துச் சென்றது...ஒரு வேளை அவள் இன்றும் அவள் தான் பொய் சொன்னதாக சொல்லவில்லை என்றாள்..கனவில் வந்தது போல் அந்த திட்டங்களை நிறைவேற்றியிருந்-தால்..அச்சோ..நினைத்துக்கூட பார்கக முடியவில்லை அவற்றை-யெல்லாம்..அதனால் பொய்யான கோபத்தை காட்டினான்...

அவள்: நான் நீ நம்ப மாட்டனு நெனச்ச ஆனா நீ அத பத்தி எந்த கேள்வியுமே கேட்கல.

அவன்: கேள்வி கேக்குறதுக்குள்ளதான் அம்மா கூப்டாங்கனு போயிட்டியே...

அவள்:oh...

அவன்: enna oh..

இப்படியே அவர்களது உரையாடல் தொடர சண்டைகள் மறந்து இயல்பாய் பேச துவங்கினர்..இனிமேல் இது மாதிரி பொய்லாம் சொல்ல மாட்டேன் என்று அவள் சொல்ல...இனிமே பத்தி நானும் உனக்கு கோபம் வர மாதிரி பேச மாட்டேன் என அவனும் சமா-தானமாகிக் கொண்டனர்..

அவன் மனதில் உள்ள காதலை இனிமேலும் சொல்லாமல் இருப்-பது தவறு...ஒருவேளை அவளுக்கு தன் மேல் காதல் இல்லை-யேல் விலகிகொள்வோம். ஒருவேளை "காதல்இருந்தால்"

திட்கள்கிழமை அன்று அவன் வேக வேகமாக வேலைக்கு

செல்ல தயார் ஆகினான். ஒன்பது மணிக்குள் அலுவலகத்திற்குள் செல்ல வேண்டும். ஞாயிற்று கிழமையான நேற்று தான் தனியாக வெளியே சென்று வந்தது அவளுக்கு பிடிக்கவில்லை..

இரவு பத்து மணிக்கு வீட்டிற்கு வந்தவன்,அசதியில் உறங்கி-விட்டான்...இப்போதெல்லாம் அவன் தன்னோடு நேரத்தை செல-விடுவதில்லை என்று கோபம் அவளுக்கு. அது மட்டுமன்றி வீட்டிற்குள்ளே இருந்த மூன்றாவது அறையை சுத்தம் செய்து அதன் சாவியை அவனே அலுவலகம் எடுத்து சென்றுவிடுகி-றான். இரவில் தாமதமாக வீட்டிற்கு வருகிறான். பெரும்பாலும் அவள் அவன் வரும் வரை காத்திருப்பாள். ஒருசில தினங்களில் வீட்டு வேலை செய்த அசதியில் தூங்கிவிடுவாள். நேற்று இரவும் அப்படிதான் தூங்கிவிட்டாள், வேக வேகமாக வேலைக்கு தயா-ரிகிக் கொண்டிருந்தவனுக்கு காலை உணவை தயார் செய்து கொண்டே சண்டையிட துவங்கினாள்....

பெண்டாட்டினா உங்களுக்கு வேலைக்காரியா போச்சுல...இப்ப-லாம் நீ எங்க போர.. 5 மணிக்கு office முடியும்.ஆனா 10 மணிக்கு வீட்டுக்கு வர..என்ன கூப்டுட்டு போகாம நீ மட்டும் வெளிய போற, அந்த Room clean பன்ன ஆனா சாவிய நீயே எடுத்துட்டு போற, நீ என்ன பன்றனு என்னால உன்ன புரிஞ்சிக்-கவே முடியல.. என்று கேள்விகளை அடுக்கி

கொண்டே போனாள். எதையும் காதில் வாங்காதவனாய் எப்போ-தும் அவன் சட்டைப்பையில் வைக்கும் பேனாவை தேடிக்கொண்-டிருந்தான்...நீயும் எல்ல ஆம்பளங்க மாதிரி ஆகிட்டல...உன்ன பத்தி உன்னவிட அதிகம் தெரிஞ்வ சொல்ற நீ மாறிட்ட....

அவன்: அப்டிலாம் இல்ல..

அவள்: oh apdiya..?அப்போ ஒரு கவிதை சொல்லு...

காதலிக்கும் போது அவளுக்கு பிடிக்கும் என்பதற்காக அதுவரை கவிதைகள் என்றாலே என்ன என்று தெரியாதவன் கற்றுக்-கொண்டான் கவிதை எழுத...தான் முதன் முதலில் காதலை அவளிடம் சொண்ண நொடிமுதல்...அவள் அடிக்கடி அவனை " ஒரு கவிதை..?" என்று கேட்பாள்..இவனும் தன் அறிவிற்கு எட்டிய வார்த்தைகளில் அவளை வர்ண்னிக்க அது கவிதையா-கும்...இது தான் அவள் பெயரை "ஒரு கவிதை" என்று தன் அலைபேசியில் அவன் பதிந்து வைக்க காரணமும்.. அந்நேரத்-தில் அவள் கேட்ட கேள்விகள் தன்னை குழப்ப...அந்நேரம் எதும் தோன்றவில்லை அவனுக்கு.உனக்கு என்ன இப்போ 5 மணிக்கு வரனும் அவ்ளோதான இன்னக்கி வர..அவனை மேலும் கோப-மாக்க அந்த அறை சாவியை அவன் கையில் இருந்து பிடிங்-கினாள்...கோபமடைந்த அவன்..அவள் கையிலிருந்து சாவியை வேகமாக பிடிங்கினான்..அவனின் அந்த செயலில் மனமுடைந்த-வள் அமைதியாக இருந்துவிட்டாள்..அவனும் அதே கோபத்தில் அலுவலகம் சென்றுவிட்டான்..ஆனால் அன்றைய தினம் முழுவ-தும் அவளிடம் தான் அப்படி நடந்துகொண்டிருக்க கூடாது தான் செய்தது தவறு என்று உறுத்திக்கொண்டே இருந்தது...அவளி-டம் பேசவேண்டும் போல் இருந்தது. அவளோடு பேச கைப்-பேசியை தேடிபார்த்த போதுதான் தெரிந்தது அவனுக்கு,காலை நடந்த சண்டையில் கைப்பேசியை மறந்துவிட்டோம் என்று, சண்-டையில் 5 மணிக்கு வீட்டிற்கு வருகிறேன் என்று கூறிவிட்டு வந்தான்..ஆனால் மழை அதை நிறைவேற்ற விடாமல் செய்கி-றது..தனக்காக தனியாக காத்திருப்பாள்..அரைகுறையாக மலை-யாளம் தெரிந்த அவளுக்கு பக்கத்து வீட்டில் இருப்பவர்களை கூட தெரியாது. கேரளாவில் வந்து குடியேறி ஒருவருடம் தான் ஆகிறது..தனியாய் என்ன செய்வாளோ என்ற பயம் ஒருபு-

றம்...அதனால் தன்னோடு பணியாற்றும் ராம் என்ற தமிழ் நண்-பனிடம் நான் கிளம்புகிறேன்..ஒருவேளை நான் ஒரு மணிநே-ரத்திற்குள் சென்றுவிட்டால் உனக்கு call செய்கிறேன்..அப்படி நான் call செய்யவில்லையேல் என் மனைவிக்கு call செய்து தான் கிளம்பிவிட்டதாகவும் மழையால் தாமதமாவதாகவும், சொல்-லிவிடசொன்னான்...ஏன் நீயே phoneல பேசுனா என்ன என்று அவன் நண்பன் கேட்க. நாளைக்கு நான் அவளுக்கு கொடுக்க போற suspence ah அவ கண்டுபிடிக்க கூடாதுல அதான்...காலையில அவ போட்ட சண்டையில எல்லாத்தையும் ஓலரி கொட்டி இருப்பேன்..நல்ல வேளை கோபமா வெளிய வந்-துட்ட..என்றான்..அவன் நண்பனும் சரி என்று சொல்ல..அலுவ-லகத்தில் இருந்து கிளம்பியவன்..நடுவழியில் மாட்டிக்கொண்டான் மழையில்..அவள் தவித்துக்கொண்டிருப்பாள் என்பதை உணர்ந்த-வன்..அருகில் இருந்த public PCO ல் அழைப்புவிட அதை அவள் துண்டிக்க..உண்மையிலே அவனுக்கு கோபம் வந்தது அவள் மேல், அதனால் தான் விட்டிற்குள் நுழைந்ததும் அவளை திட்டிவிட்டு தனியறைக்குள் சென்றுவிட்டான்.

4. இது நீளாதோ தொடுவானம் போலவே...!

மறுநாள் அவள் கல்லூரிக்கு வந்தாள் தன் காதலை கண்டிப்பாக சொல்லிவிட வேண்டும் என்று முடிவெடுத்தவன். தைரியமாக அவளிடம் நாளை உன்னிடம் நேரில் பேச வேண்டும் என்று சொல்ல,அவள் இப்பவாச்சும் தைரியம் வந்துச்சே உனக்கு என்-றாள், அவளிடம் காதலை சொல்ல ஒரு 400 முறை ஒத்தி-கையை பார்த்துக்கொண்டு, அவள் தனக்கு கவிதை பிடிக்கும் என்று கூறிய நாள்முதல் தான் அவளை நினைத்துக் கிறுக்கிய கவிதைகளை எல்லாம் எடுத்துக்கொண்டு இறுதியாக ஒருமுறை கண்ணாடியை பார்த்து பேசி சொதப்பிவிட்டு கல்லூரியின் நடுவே அமைந்த இடத்தில் காத்திருக்கும் அவளை பார்க்க ஓடினான். அவளை நெருங்க நெருங்க இதய துடிப்பு இருமடங்காக ஆனது. அவனை பார்த்துவிட்டான், இமையை கூட அசைக்காமல் அவனையே பார்க்கிறாள். ஆனால் அவனால் அவளை பார்க்-கமுடியவில்லை அதுதான் வெட்கம் என்று தெரியவில்லை அவனுக்கு. ஒருவழியாக அவனுக்கும் அவளுக்கும் 4 அடி இடைவெளி இருக்க இருவிழிகளும் முதன்முதலாய் சந்தித்தன. தலையை சாய்த்து சாய்த்து அவன் வெட்கப்படுவதை பார்த்து சிரிக்கிறாள். வார்த்தைகளே வரவில்லை.

அவள்: சரி நீ பேச மாட்ட போல நான் கௌம்புறன்...

அவன்: ஒரு நிமிஷம்

அவள்: அப்பாடா..ஒருவழியா நேர்ல உன் குரல கேட்டுட்ட...

(காதலை நேரில் சொன்னவர்கள் தான் உன்மையான வீரன் என்று புறிந்துகொண்டான்..)

அவள்: அதென்ன கையில note இங்க தா பார்க்கலாம்...

அவன்: அதை கொடுக்குறதுக்கு முன்னாடி ஒருவிஷயம் சொல்லனும்

அவள்: சொல்லு...

அவன் அவள் கண்களை பார்க்க...

அவள்: ஆமா என் கண்ணுக்குள்ள என்ன தேடுற...அப்டி பாக்குற...

அவன்: புன்னகையுடன்..எனக்கு இதுவரைக்கும் எல்லாமே அம்மா,அப்பா,தங்கச்சி தான்..அவங்கள நல்லா பார்த்துக்கதான் நான் படிக்க வந்தனே தவிர எனக்காக நான் யோசிச்சதே இல்ல..ஆனா என்னக்கி என்ன நீ இடிச்சிட்டு போனியோ அப்போல இருந்து உன்னயும் அவங்களோட சேர்த்து பார்த்துக்கனும்னு தோனுச்சு..அதுவரை அவன் பேசுவதை பார்த்து புன்னகைத்தவளின் முகம் மாறுகிறது. என்மனசு சோகமா இருக்கும் போதுலாம்..உன்குரல கேட்ட உடனே என்னயே அறியாம என் சோகம் போயிடும்..என்னவிட என்வீட்ட நீ நல்லா பார்த்துப்பனு தோனுது..இதுவரைக்கும் நான் சேர்த்துவச்ச காதலெல்லாம் உனக்கு தரனும்னு தோனுது..என்பது வயசு ஆனாலும் இப்பமாதிரியே உன்ன ரசிக்கனும்,எனக்கு தெரிஞ்ச வார்த்தையில் உன்ன வர்ண்ணிக்கனும்..என் வீட்ட நீ பார்த்துக்குற மாதிரி உன் வீட்ட நான் பார்த்துக்கனும்...காலையில சண்டை போடனும் ego இல்லாம வீட்டுவேலையும் செஞ்சிட்டு office க்கும் போயிட்டு வர உன் கால அழுத்தி விட்டு சமாதானம் ஆகனும். இப்டி நெறைய மிச்சம் இருக்குற என் ஆயுள உன் கூட வாழ்ந்துட்டு உன்கூட இருக்கும் போதே..உன் தலமுடிய கோதிட்டே.. தொலச்ச என்

இதயத்தை உன் கண்ணுல தேடிட்டே உனக்கு முன்னாடி செத்து-போய்டனும்...இதெல்லாம் நடக்க நான் படிச்சு முடிச்சு வேலைக்கு போய் உங்க விட்ல வந்துபேசுற வரைக்கும் எனக்காக காத்-திருப்பியா..?அந்நேரம் அவள் மனதை புரிந்துகொள்ளவே முடி-யவில்லை அவனால்..பதில் பேசாமல் வேகமாக சென்றுவிட்-டாள்..அவன் அதே இடத்தில் அசையாமல் நின்றான்...

இவற்றை நினைத்துப்பார்த்ததில் மணி அகியதை அவன் கவனிக்-கவே இல்லை.. வண்டியை எடுத்தான் வெளியே சென்று எதோ வாங்கி வந்து அந்த மூன்றாவது அறையில் வைத்து பூட்டிவிட்டு கடிகார முள்ளையே பார்த்துக்கொண்டு காத்திருந்தான்...அன்று பதில் கூறாமலே சென்றவள்...அவனிடம் பேச வேண்டுமென்று இரயில் நிலையத்திற்கு அழைத்திருந்தாள்..என் வீட்ல ஒத்துப்-பாங்களானு தெரியல...அவங்க மனச நான் உடைக்க விரும்பல..நாம இப்போ இருக்குற மாதிரியே இருப்போமே என்-றாள்...கோபத்தில் எதும் பேசாமல் பிரிந்து சென்றுவிட்டான் அவன்.. அவனை இடித்த கணம்,அவன் பார்த்த பார்வையிலே திருடிவிட்டான் தன் இதயத்தை என்று அவளுக்கும் தெரியும். அவனோடு பேச ஆரம்பித்த நாட்களிலே அவன் அக்கறையான பேச்சில் கரைந்தவள்..

தன்னை அவன் பக்கத்து ஆய்வகத்தில் இருந்து பார்ப்பதை-யும்,தன்னை பின்தொடர்வதையும் ஆனால் தன்னிடம் நேரில் வந்து பேச தயங்குவதையும் அறிந்த அவள்..அவனுக்கு அன்று இரவுதான் குறுஞ்செய்தி அனுப்பினாள்..அதன் பின் அவனை போன்றே அவளும் முதலில் அவனை காதலை சொல்ல வைக்க வேண்டும் பிறகு,எப்படியாவது வீட்டில் எடுத்து சொல்லி சம்மதம் வாங்கி..அவனோடு உலகத்தில் உள்ள அனைவரும் பொறாமை படும்படி வாழ வேண்டும் என நினைத்திருந்தாள்...ஆனால்

அவன் காதலை சொன்ன நேரத்தில் ஒரு வேளை நம் வீட்டில் சம்மதிக்கா விட்டால், என்ற பயம் அவளை நெருங்க பதில் கூறாமல் சென்றுவிட்டாள்..ஆனால்•••அந்த பிரிவில் அவனின்றி வாழ முடியாதென்று அறிந்தாள்... அவனின்றி தான் உயிரற்றவள் என உணர்ந்தாள்••• அதே இரயில் நிலையத்தில்••••..

அவள்: நீ அன்னைக்கு கேட்டல எனக்காக காத்திருப்பியானு.. நான் காத்திருக்குற ஆனா ஒரு condition..?

அவன்: என்ன.?

அவள்: உனக்கு முன்னாடி உன் கண்ண பார்த்துகிட்டே நான் செத்துடனும்...

அவன் வாழ்வில் அவளுக்காக எதையும் செய்யலாம் என்று அவனை யோசிக்க வைத்த தருணம் அது...அப்போது எடுத்துக்கொண்ட புகைப்படத்தை பார்த்துதான் அவள் பழைய நினைவுகளில் மூழ்கிக்கிடந்தாள் என்று அவனுக்கு தெரியாது...

அதிக மனிதர்கள் தென்படாத நிலம்..

மரங்களும் மலர்களும் நிறைந்தவனம்..

நிலவின் ஒளியை பிரதிபலக்கும் நீரோடை...

இயற்கை அழகினை எடுத்தியம்பும் ஓசைகள், கொண்ட வீட்டில் வாழ ஆசை அவளுக்கு,

இதுதான் அவன் கூறியபடி, அவன் கடமைகளை செய்யும் வரை அவள் காத்திருந்து,இருவீட்டாரின் சம்மதத்தோடு திருமணம் செய்த போதிலும் அவர்கள் தனியாக வசிக்க காரணம் **"ஒருவேளை இருவரும் வெவ்வேறு சாதியில் இருந்திருந்தால் அவர்கள் சேர்வது கடினமாகி இருக்கலாம்"**..

மணி 12 எட்டப்போகும் நேரத்தில் அவள் அறைக்கு சென்றான்...அவன் மேல் கொண்ட கோபத்தில் தூங்கியவளை மெதுவாக சீண்டினான்.. கோபத்தில் எழுந்தவளின் பார்வை எறித்தது

அவனை மௌனமாகவெ இருந்தாள்...அவள் கண்களை தன் கைகளால் மூடி அழைத்து சென்றான்..அவள் கோவத்துடன் விலகினாள்..ஆனாலும் அவன் சிரித்து கொண்டே அழைத்து சென்றான் அவளை அந்த மூன்றாம் அறைக்கு... அந்தவீட்டிலே பெரிய அறை அதுதான்... அறையின் ஒருபகுதி என்று face art சம்மந்தமான பொருட்கள்...அறை சுவர்கள் முழுக்க நடனத்தை எதிரொலிக்கும் ஓவியங்கள்,ஒற்றை மெழுகுவர்த்தியன் வெளிச்சத்தில் ஒன்றுமே புரியவில்லை அவளுக்கு...

அவன்: உனக்கு என்ன ஆசைலாம் இருக்கு சொல்லு

அவள்: நான் முன்னாடி சொண்னனே அந்த மாதிரி வீடு..அப்றம எனக்கு classical dance கத்துகிட்டு எல்லாருக்கும் சொல்லித்தரனும்னு ஆசை..அப்றம் Face art கத்துக்கனும்..அப்றம் உன்கூடவே இருக்கனும் அவ்ளோ தான்...இதெல்லாம் அவள் காதலிக்கும் போது சொன்னவை...

மணி 12 ஆக... தேதி Jan 8... அவன் தனியே வெளியே சென்றது.. இந்த அறையை சுத்தம் செய்தது... தாமதமாக வந்ததெல்லாம் இதனால் தான் என்று புரிந்துகொண்டு அவனை ஒரு காதல் பார்வை பார்த்தாலே.. எல்லாம் தோற்றுப்போனது. அப்றம் நீ marriage-கு முன்னாடி எனக்காக wait பன்ன கொஞ்சநாள் கத்துகிட்ட classical Dance-அ இங்க பக்கத்து விட்ல இருக்குற சின்ன குழந்தைகளுக்கெல்லாம் சொல்லிதர போர அதுக்காக பக்கத்து வீட்ல இருக்குற குழந்தைங்க வருவாங்க..அப்றம் free time-ல நீ என்ன வச்சி face art கத்துக்க போர, அப்றம் என் friend wife work பன்ற office-ல நீ ஆசை பட்ட மாதிரி wednesday ல இருந்து வேலைக்கு போக போறிங்க....இதோ offer letter...என அவள் கையில் கொடுத்து புடிச்சிருக்கா....?

வாரத்தைகளே வரவில்லை அவளுக்கு...ஒற்றை மெழுகுவரத்தி

வெளிச்சத்தில் cakeயை வெட்டினாள்...அவனுக்கு ஊட்டினாள்.. அவனின் இந்த பரிசை அவள் எதிர்பார்க்கவே இல்லை, காற்றுகூட செல்லமுடியாமல் தவித்தது அவர்களுக்கிடையில், விடிந்தது அன்றைய இரவு.. அதுவரை அவளுக்கு போர்வையாக இருந்தவனை விலக வைத்தது..Calling Bell, நீ தான் திறக்க வேண்டும் என அவளை எழுப்பி..அவள் பின்னே சென்றான்... திகைத்து போனாள். அவர்களது மொத்த குடும்பமும் வந்து நின்றது வாசலில்.

அவள் அம்மா: என்னம்மா எப்டி இருக்க..?

Happy birthday chithi என்றான்..அவள் அக்காவின் மகன். அவனை தூக்கி கொண்டு..அம்மாவிற்கு பதில் சொல்லி....அப்பாவை வர அனைவரையும் உள்ளே அழைத்து அமரவைத்து... அவர்களுக்கு தண்ணீர் கொண்டு வர சமயலறைக்கு போன அவளை பின் தொடர்ந்தவன் அனைத்து கொண்டான் அவளை...

அவள்: நீ தான ticket போட்டு அவங்கள வர வச்ச...

அவன்: இல்லயே... அவங்களா வந்தாங்க...

அவன்: சரி... சந்தோஷமா இருக்கியா...?

அவள்: இல்ல...இன்னொரு இருக்கு..எனக்கு அது வேனும்...

அவன்: என்னது கேளு.

அவள்: I LOVE YOU சொல்லு...

அவன்: சிரித்துகொண்டே சொல்லி போதுமா என்றான்...

அவள்: இல்ல.... என் பேரோட சொல்லு....

அவன்: அவன் சொல்ல..

அவள்: இன்னொருமுறை சொல்லு

அவன்: புன்னகையுடன் I LOVE YOU ராஜீ....

www.ingramcontent.com/pod-product-compliance
Lightning Source LLC
La Vergne TN
LVHW041549060526
838200LV00037B/1212
9781636061108